ગીતાનાં ગુલાબ

Roses For Gita

Written by Rachna Gilmore

Illustrated by Alice Priestley

Gujarati Translation by Gita Patel

MANTRA

ગીતાએ બીજી એક નાની ઘૂઘરી દોરા ઉપર બાંધી. તેણે તોરણને હલાવ્યુ અને ઘૂઘરીઓ રણકી ઉઠી. નાનીનાં સંગીત જેવો રણકાર ન હતો. પણ છતા બાગમાં સંગીત માટે તો વાંધો નહી આવે. નવાં ઘરમાં નવાં બાગમાં ગીતા પહેલા ગુલાબનો છોડ રોપશે.

હમણાતો બાગમાં ફકત ઘાંસ છે. એક ખુણામાં વધી ગયેલી ઝાડી છે, અને ત્યાંજ બે બાગની વચ્ચેની વાડ તુટી ગઈ છે. બાજુનો બાગ ટુંકા મનના બુઢ્ઢા મીસ્ટર ફ્લિનચનો છે. થોડા સમય પછી નાનીનાં બાગની જેમ રંગથી ખીલી ઉઠશે.

Gita tied another small bell on the wire. Done. She shook the wind chimes and the bells tinkled. Though they didn't sound like her grandmother Naniji's singing, they would still make music for the garden. Gita would hang them on the fence right above where the First Rose would be planted for their new garden for their new home.

Now the garden was just boring grass, except in the overgrown corner where the fence was broken between their garden and mean old Mr Flinch's. But soon it would be bursting with colour, just like Naniji's garden in India.

નાનીએ મોકલેલી વધેલી ઘૂઘરીઓ એક બાજુ મુકીને ગીતા દોડતી જમવાના ઓરડા તરફ પહોંચી.

“મમ્મી તું આજે પહેલા ગુલાબનો છોડ લાવીશ?”

મમ્મી દિલગીરાથી બોલી, “મારે આજે ઘણુ કામ સમાપ્ત કરવાનું છે, આપણે કાલે જઈશું. ઓકે?”

જયારથી મમ્મી યુનિર્વરસીટીમાં દાખંલ થઈ ત્યારથી તેના કામ સિવાય બધુજ, કાલે.

Gita put away the leftover bells Naniji had sent, and ran to the dining room.

“Will we get the First Rose today, Mummy?”

Mummy sighed. “I have to finish this, Gita. We’ll go tomorrow, okay?”

Ever since Mummy went back to university everything was “tomorrow”. Everything but her work.

ગીતા બહારે ગઈ. તેણે ઉજાણીનાં ટેબલ ઉપર ચઢીને વાડ ઉપર નજર કરી. સારૂ મીસ્ટર ફ્લિનિયની નિશાની નથી. આવા તરંગી બુઢ્ઢા માણસનાં બાગમાં ખુબસુરત ગુલાબ?

તે પાપણો બંધ કરીને તાકી રહી જયાં સુધી બધાજ ફૂલ જુદા જુદા રંગમાં બદલાઈ ગયા.

નાનીનાંબાગમાં વહેલી સવાર હતી, તે અને નાની ટહેલતા હતા. આકાશનો રંગ નાનીનાં સંગીત જેવો ઠંડો જાંબુડી ગુલાબી કતો. તે બોલ્યા જો આપણે ફૂલને સંગીત સંભળાવીયે તો તે સારા ઉગે. ગીતાનું ગળુ જરા સાંકળુ થયુ. તેને નાનીનો સૂર સંભળાય છે?

Gita wandered outside. She climbed on the picnic table and peered over the fence. Good - no sign of Mr Flinch. How did that crazy old man have such lovely roses?

She gazed through her eyelashes until the flowers blended into streams of colour. It was early morning in Naniji's garden. She and Naniji were wandering together. The sky was purply pink, cool like Naniji's humming. Flowers grew better, she said, if you sang to them. Gita's throat tightened. Could she hear Naniji humming?

તેને ધીમોઆવાજ આવ્યો. તેણે આંખો ખોલી. તે ખસી જાય તે પહેલા તો મીસ્ટર ફ્લિન્ચે બુમ પાડી, "છોકરો નીચે ઉતર મને હેરાન કરવાનું બંધ કર."

ગીતાએ ધડકતા હદયે નીચે કૂદકો માર્યો ટુંકા મનનો બુઢ્ઢો માણસ તેની ત્રાંસી આંખો.

કાયમ તેને છોકરો કહે છે, તેના કર્કશ અવાજથી. નાની તો કાયમ બીજા લોકોને તેનો બાગ દેખાડતી અને ફૂલ પણ આપતી હતી. તે કહેતી ફૂલ જેમ વહેંચીયે તેમ સારા ઉગે. મીસ્ટર ફ્લિન્ચના બધા ફૂલ મરી જવા જોઈએ.

She heard a low rumbling and opened her eyes. Before she could move Mr Flinch growled, "Boy, get down off there. Stop bothering me."

Gita jumped down, heart hammering. Mean old man with his ugly squinty eyes. Always calling her boy, snapping at her.

Naniji was always showing people around her garden, giving away flowers. They grew better, she said, when they were shared. Mr Flinch's flowers should all be dead.

ગીતા પરોઢિયે ઉઠી. બાગમાં તેને લટાર મારતી નાની અને તેના સંગીતનો અવાજ આવતો હતો. બહારે વાડ પાછળ ઠંડા પવનની લહેર જેવો અવાજ આવતો હતો. તે શાનો અવાજ છે?

ગીતાએ બાગમાં ખુણાની ઝાડીમાં ભરાઈને જોયું. કોઈ વાયોલીન વગાડતું કતું. મીસ્ટર ફ્લિનચ હતો. તેનો નરમ ચહેરો આનંદથી ઝગમગતો હતો. ગીતાએ ગુલાબની વચ્ચેથી ડોકયું કૈયુ. ગુલાબ ઝાંખા મુલાયમ બિંદુ જેવા થઈ ગયા. તેણે તેના આંસુ લુછી નાખ્યા, અને ધીમે પગલે ચાલી ગઈ.

Gita woke at sunrise. She could almost hear Naniji strolling through the garden, singing. Outside a cool breeze murmured over the fence. What was that sound?

Gita squirmed through the shrubs in the corner of her garden. Someone was playing the violin. It was Mr Flinch - his face gentle, glowing with delight.

Gita peered through the roses. They blurred into soft splashes. She wiped her tears and tiptoed away.

પોતાના ઓરડામાં જઈને ગીતાએ એક કોથળીમાં ઘૂઘરીઓનું તોરણ અને ચીઠ્ઠી મુકી:

મીસ્ટર ફ્લિન્ચ
આ તોરણ તમે તમારા બાગમાં ગુલાબ ઉપર લટકાવી શકો છો. મારૂં નામ ગીતાછે. હું છોકરો નથી. હું છોકરી છું. અમે ત્રણ મહીનાથી તમારી બાજુમા રહેવા આવ્યા છીએ.

તે બહારે દોડીને કોથળી મીસ્ટર ફ્લિન્ચની ટપાલપેટીમાં મુકી આવી. ગીતા ગુલાબ રોપવાની ખાલી જગ્યા સામે તાકી રહી. નાનીનો બાગ ઘણો દુર હતો. તે ઢીંચણમાં માંથુ નાખીને નીચે બેસી પડી.

In her room, Gita put the wind chimes in a bag with a note:

Mr Flinch,
These are wind chimes I made. You can hang them in your garden for the roses. My name is Gita. I'm not a boy. I'm a girl. I moved in next door three months ago.

She ran outside and put the bag in Mr Flinch's letterbox. Back in her own garden, Gita stared at the empty hole waiting for the First Rose. Naniji's garden was miles away. She flopped down and buried her face in her knees.

થોડા સમય પછી તેને મધુર રણકાર આવ્યો. મીસ્ટર ફ્લિનચ તોરણ પકડીને વાડ ઉપરથી નજર કરતા હતા. ચશ્માને લીધે આંખો મોટી અને ઝાંખી દેખાતી હતી. રાક્ષસ જેવી.

"તું છોકરી છે સારૂ." મીસ્ટર ફ્લિનચનો અવાજ કકરો અને અજાયબભર્યો હતો. તે બુમો અથવા બબડાટ નહોતા કરતા. "પેલા છોકરા હવે અંહીયા નથી રહેતા?"

ગીતાએ ડોકુ હલાવ્યુ.

After a while she heard a soft tinkling. Mr Flinch, holding the wind chimes, peered over the fence. His glasses made his eyes big and blurry. Monster eyes.

"You're a girl alright." Mr Flinch's voice was creaky and surprised, not shouting or muttering. "Don't those boys live here any more?"

Gita shook her head.

"મને ખબર નહતી. ચશ્મા વગર મને કશુ દેખાય નહી. પેલા છોકરા કાયમ મારા ફૂલ તોડી નાખતા, અને હવે તે....અંહી રહતા નથી તેવી મને ખબર ન હતી. તેં મને આ આપ્યું છે?"

"હા, મારી નાની કહેતા કે ફૂલને સંગીત મળે તો વધુ સારા ખીલે."

મીસ્ટર ફ્લિન્ચનો કરચલીવાળો ચહેરો મલકી ઉઠયો "તારી નાનીનું કહેવુ સાચુ છે. તું મને તોરણ લટકાવવામાં મદદ કરીશ?"

ગીતાએ તેની મમ્મીને રસોડાની બારીમાંથી હાથ હલાવ્યો, મમ્મીએ ડોકુ હલાવીને હા પાડી.

"Well I never knew. Can't see much without my glasses. Those boys were always tearing through my flower beds, and... I didn't know they'd gone. Did you give me this?"

"Yes, Naniji, my grandmother says flowers grow better with music."

Mr Flinch's wrinkled mouth widened into a smile. " Your Naniji is right. Why don't you come over and help me hang the wind chimes?"

Gita waved through the kitchen window to Mummy, who nodded her head.

ગીતા મીસ્ટર ફ્લિન્ચના બાગમાં જુદા જુદા રંગના ફૂલ કયારાને જોઈ રહી. જયારે મીસ્ટર ફ્લિન્ચ નીસરણી લેવા ગયા ત્યારે તેમના હાથ જરાક ધ્રૂજતા હતા.

ગીતા બોલી, "હુંતમને મદદ કરીશ." તેણે ઉપર ચઢીને તોરણ લટકાવી દીધુ.

મીસ્ટર ફ્લિન્ચ મલકીને બોલ્યા, "આભાર."

તેમણે ગીતા સાથે હાથ મીલાવ્યો. તેમના હાથની ચામડી નાની જેવીજ ઢીલી અને કરચલી વારી હતી.

Inside Mr Flinch's garden Gita stared at the flower beds filled with shades of colour.

When Mr Flinch reached for a ladder leaning against the shed, his thin arms shook slightly.

"Let me do that," cried Gita. She clambered up and hung the wind chimes.

"Thank you," Mr Flinch smiled up at her. He reached up and shook her hand. The skin on the back of his hand was loose and crepey - just like Naniji's.

મીસ્ટર ફ્લિન્ચે ગુલાબમાંથી કાંટા કાઢીને ગીતા માટે એક ગુચ્છો બનાવ્યો ગુચ્છો આપતા તે બોલ્યા, “તું પાછી આવજે.”

ગીતા તેમની સામે થોડો સમય તાકી રહી.મીસ્ટર ફ્લિન્ચની આંખો રાક્ષસ જેવી ન હતી. મુલાયમ અને વાદળી ફરગેટમી નોટસ જેવી હતી.

ગીતા બોલી, “હું આવીશ. મીસ્ટર ફ્લિન્ચ આજે અમે અમારા બાગ માટે પહેલા ગુલાબનો છોડ ખરીદવાનાં છીએ.” ગીતાએ ગુલાબનાં છોડ સામે આંગળી ચીંધીને પુછ્યુ. “આ કયા પ્રકાર નો ગુલાબનો છોડ છે?”

Then Mr Flinch cut a bunch of roses, trimming the thorns. “You come over again,” he said, handing Gita the bouquet.

Gita stared at him for a moment. Mr Flinch didn’t have monster eyes at all. They were soft and blue, like forget-me-nots.

“I will,” Gita said. “Mr Flinch, we’re getting the First Rose for our garden today.” Gita pointed to the rose arbour. “What kind is this?”

મીસ્ટર ફ્લિન્ચ બોલ્યા, "તેનું નામ એક્ષપ્લોરર ગુલાબ છે ગીતા તારે આ છોડ હમણાજ રોપવો જોઈએ કયારો ઉંડો અને પહોળો ખોદવાનો."

ગીતા બોલી, "નાની પણ એમજ કહેતા. તમે મને રોપવામાં મદદ કરશો?"

પવનની લહેરથી તોરણ રણકી ઉઠયું.

મીસ્ટર ફ્લિન્ચનો ચહેરો વાયોલીન વગાડતા મલકી ઉઠતો હતો તેવોજ મલકી ઉઠયો.

ગીતા પણ મલકી પડી.

"It's an Explorer rose," said Mr Flinch. "Mind you, Gita, you've got to start it right - dig the hole big and wide."

"That's what Naniji says," cried Gita. "Would you help me plant it?"

A sudden breeze hummed passed Gita and set the wind chimes ringing. Mr Flinch's face lit up as it had when he'd played the violin. Gita smiled, too.

તે નવા તોરણ બનાવશે અને પહેલા ગુલાબના મૂળિયાં જમીનમાં ઉંડે સુધી નાનીનાં બાગ સુધી દૂનિયાની પેલે પાર પહોંચશે, તેની ડાળખીઓ તંદુરસ્ત અને ઉંચી થશે, કદાચ મીસ્ટર ફ્લિન્ચના વાયોલીનના સૂરથી વાડ ઉપર નાચી ઉઠશે.

She'd make new wind chimes and the First Rose would dig its roots down, down towards Naniji's garden on the other side of the world, and stretch its branches strong and high - maybe even dance over the fence to Mr Flinch's violin.

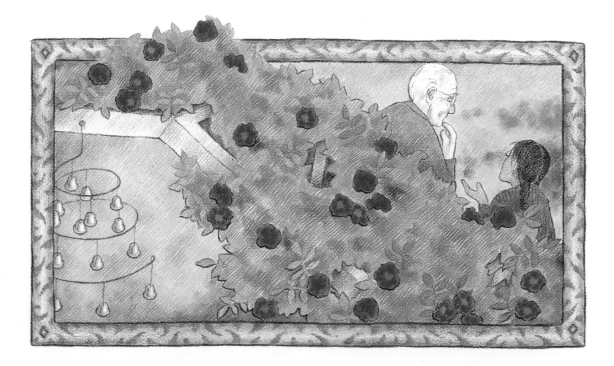

*In memory of my grandmother and grandfather
with whom I shared many early mornings in India*
R.G.

For Hilary
A.P.

*The author thanks the Ontario Arts Council for their support.
Thanks also to Jan Andrews, Karleen Bradford and Caroline Parry for their wonderful suggestions,
and to Claris Wahl for her superb editing.*

Edited by Claris Wahl

First published in 1996, Toronto, Canada by Second Story Press

Printed in Hong Kong

Published by
MANTRA PUBLISHING LTD
5 Alexandra Grove
London N12 8NU